અશાંત

કાવ્ય ચિત્રાવલી

હિમાંશુ દેસાઈ

INDIA · SINGAPORE · MALAYSIA

ISBN
Hardcase- 979-8-88629-232-9
Paperback- 979-8-88591-285-3

અનુક્રમણિકા

અર્પણ

મારા મામા શ્રી નિરંજન ઉપાધ્યાય એક પ્રખર વિચારક હતા. તેઓ સરદાર પટેલ યુનિવર્સીટી, વલ્લભ વિદ્યાનગર, ગુજરાતના કુલસચિવ પણ રહી ચુક્યા હતા. ગુજરાતી ભાષા પરનું એમનું પ્રભુત્વ અદભુત હતું. એમની લેખનશક્તિનો થોડોઘણો વારસો મને પ્રાપ્ત થયો છે એમ કહી શકાય. અમારી વચ્ચે ઘણીવાર પત્રલેખન પણ પાંગર્યા હતા. મને પણ કંઈક જુદું સાહિત્યિક લખવાનો શોખ હતો અને તે હું પત્ર દ્વારા તેમને મોકલતો. સુધારા વધારા સાથેનો એમનો પ્રત્યુત્તર તરત જ આવતો જેમાં વખાણ ઉપરાંત સૂચનો પણ ખરા. હમેશા લીલી શ્યાહીથી અને એકપણ છેકછાક વગરનું લખાણ એ એમની ખાસિયત અને એમનું પ્રતિક હતું.

એમના પુત્રો ભાઈ શ્રી વિપુલ અને ભાઈ શ્રી જયની પિતાશ્રીને ઋણ ચુકવણી અર્થે કંઈક સાહિત્યિક પ્રકાશિત કરવાની ઈચ્છાના ફલસ્વરૂપ મારા કાવ્યોને પુસ્તક રૂપે આકાર આપવાનો નિર્ણય લેવાયો. મામા શ્રી નિરંજનભાઈનો આ વારસો તેમના પુત્રોમાં પણ ભારોભાર છે જ.

આજે એમની ૯૦મી વર્ષગાંઠ નિમિત્તે આ પુસ્તક પ્રકાશિત કરતા અત્યંત આનંદ અને આભારની લાગણી અનુભવું છું. એમના એ વારસાનો સ્રોત એમ જ વહેતો રહે એવી અભ્યર્થના.

23/01/2022

પ્રસ્તાવના

કલ્પનાશક્તિએ પાંગરેલા વિચારો હળવેથી ટપકી યથાવત ગોઠવાય, એ મારી કવિતા. કવિતા મારી માનસી. મારી કવિતા મનસ્વિની. એને ન ચાહું રાખવા કોઈ બંધનમાં, એને તો બધી છૂટ.

કલ્પનાની એક લ્હેરખી આવે અને ગુલમહોરના પુષ્પોની જેમ નાજુક નમણા વિચારો ડોલતા ડોલતા ધરા પર પડી રંગીત મખમલી શબ્દોની જાજમ બિછાવે એ કવિતા.

જગની નિર્મિત સાહજિક પ્રવૃત્તિઓથી ખૂબ દૂર, રૂના જેવા શુભ્રશ્વેત બરફાચ્છાદિત પહાડો, પરોઢે ધુમ્મસમાં ઝાકળે ચમકતી હરિયાળી, રંગીન પુષ્પો કે વૃક્ષોની ડાળીઓના પાન, ખળખળ વ્હેતા ઝરણાના શીત જળ અને કોયલના ટહુકા જેવો આતમનો ઘેરો પડઘો........

એટલે એશાંત.

અહી રસભીની મ્હેક છે શૃંગાર, પ્રણય, ફલસુફી કે મૃદુ નટખટ સ્મિતની

અહી મ્હેક છે ગુલાબ, મોગરા કે કેવડાના પુષ્પો સમી, જગાડીને પ્રફુલ્લિત કરી જાય મનના સુષુપ્ત જ્ઞાનતંતુઓને.

આજની યુવાન ગુજરાતી પેઢીને માતૃભાષાના સાહિત્યમાં રસ પડે અને રહે એ હેતુથી અહી કાવ્યો સાથે એને અનુરૂપ ચિત્રકારીગીરીને આવરી લેવામાં આવી છે. આ સુંદર કાવ્ય ચિત્રાવલી પર કોઈનું પણ ધ્યાન આકર્ષાય અને પાનાઓ ઉઘડતા જાય તેમ તેમ હોઠો પર સ્મિત પ્રસરતું જાય એવી અભિલાષા.

આ પ્રથમ પ્રયાસ હોવાથી પુસ્તક પ્રભુને ચરણે ધરીએ છીએ અને જે કંઈ પણ આ દ્વારા ઉપજશે તે કોઈ સારા કાર્યમાં વપરાય તેવી અમ સૌની ઈચ્છ.

આશા છે આપ સૌને મારો આ પ્રયત્ન સંતોષી શકશે.

23/01/2022

હિમાંશુભાઈ દેસાઈ સાથેની મારી ઓળખાણ લગભગ ત્રીસેક વર્ષ જૂની કહી શકાય. તેઓ બોરીવલીની બેંક ઓફ બરોડામાં ત્યારે કાર્યરત હતા અને મારે ત્યાં કામસર આવવા જવાનું રહેતું. જો કે એમના કવિ હોવાની ઓળખ હમણાં જ થઇ. એમના કાવ્યો પુસ્તકરૂપે "એશાંત" શીર્ષક હેઠળ પ્રકાશિત થઇ રહ્યા છે. આ પુસ્તકમાં કંઇક અનોખું કરવાની ઈચ્છાથી કાવ્યોને અનુરૂપ ચિત્ર કારીગરીને પણ સ્થાન આપવામાં આવ્યું છે જે અત્યંત આકર્ષક જણાય છે. હિમાંશુભાઈની આ પુસ્તક પાછળની મહેનત આંખે વળગે તેવી છે. ગુજરાતી સાહિત્ય નવી પેઢીને મોહિત કરી શકે એ હેતુ સહ તૈયાર કરાયેલું આ પુસ્તક, "એશાંત" એમના એ ઈરાદાને સાર્થક કરી શકશે એની ખાત્રી છે. એમને આને માટે ખુબ ખુબ અભિનંદન.

મુંબઈ.   સનત વ્યાસ

(પ્રસિદ્ધ નાટ્ય કલાકાર)

પ્રિય શ્રી હિમાંશુભાઈ દેસાઈ,

આપે કાવ્યનુંમા શબ્દકૃતિઓ   સર્જીને તથા એને અનુરૂપ, આપના સ્નેહી ડૉ. શ્રી. દર્શનભાઈ દેસાઈએ કમ્પ્યુટર પર ગ્રાફિક્સ ચિત્રો દોરીને પોતપોતાના એકાંતને શણગાર્યું છે. એ પ્રક્રિયામાંથી નિપજેલા આનંદને એકલપેટા થઇ માણવાને બદલે આપે ગમતાંનો ગુલાલ કરવાનું અને કલાસાહિત્યપ્રેમી મિત્રો, ભાવકોમાં વહેંચવાનું નક્કી કર્યું એ સરાહનીય છે. આપના મિત્રો માટે પણ આ જુગલબંદી ચોક્કસપણે એક ઉજાણી બની રહેશે. આપ બંને કલાસાધકોના પરિવારજનો પણ ચિત્રો- શબ્દરચનાઓને સુંદર પુસ્તકનો આકાર આપવા ઉમળકાભેર જોડાયા એ જોઈ ખુબ જ રાજીપો થાય છે. આ પુસ્તક નિમિત્તે સાહિત્યના શબ્દ સાથે બંધાયેલો અનુબંધ આપને વધુ ઊંડા વ્યાસંગ તરફ દોરી જાય અને આવનારા સમયમાં આપની કલમથી સો ટચના સોના સમી કવિતાઓ સર્જાય એવી શુભકામનાઓ પાઠવું છું.

મુંબઈ

સંદીપ ભાટિયા

(કવિ, વાર્તાકાર)

આભાર

મારી કવિતાઓને પુસ્તક રૂપે પ્રકાશિત કરવાનો વિચાર સુધ્ધા કરવાની હિંમત में ન્હોતી કરી. એ હિંમતની દાદ દેવી પડે મારા મામા શ્રી. નિરંજન ઉપાધ્યાયના દીકરાઓ ભાઈશ્રી વિપુલ અને ભાઈશ્રી જયને.

મારા મામા શ્રી નિરંજનભાઈ સરદાર પટેલ યુનિવર્સીટી, વલ્લભવિદ્યાનગર, ગુજરાત ના ફુલસચિવ રહી ચુક્યા હતા. ભાઈ વિપુલ અને જયને એમના પિતાને કંઇક સમર્પિત કરવાનું, એક દિવસ, મન થયું. સાહિત્યકાર પિતા શ્રી નિરંજનભાઈને અનુરૂપ કોઈ પુસ્તક પ્રકાશિત કરવાની ઈચ્છ થઇ અને પસંદગી ઢળી મારી કવિતાઓ ઉપર.

મનોકામના એવી ખરી કે ગુજરાતી સાહિત્ય આજની યુવાન પેઢીને આકર્ષી શકે એવું કરી શકાય ખરું? એટલે આમાં પ્રવેશ થયો વિચાર, કવિતાને અનુરૂપ ચિત્ર કલાકારીનો. ડૉ. શ્રી દર્શનભાઈ દેસાઈ દ્વારા કાવ્યોને અપાયેલો રંગીત શણગાર અદભુત છે. રહી વાત મારી અલ્લડ કવિતાઓને મઠારવાની. એ માવજતમાં સૌથી મહત્વની ભૂમિકા ભજવી રિસર્ચ સાયનટીસ્ત ડૉ.શ્રી અશોક વ્યાસે. કાવ્યોને ભાષા સરળ કરવામાં એમનો ફાળો અમુલ્ય રહ્યો છે.

એક સીધા સાદા વિચારમાંથી પુસ્તક જે સ્વરૂપે ઉઠી આવ્યું છે એનો શ્રેય જાય છે ભાઈ શ્રી વિપુલને.

આભાર માનું પ્રેરણા મૂર્તિ મારા પિતા શ્રી હરેન્દ્ર દેસાઈ, જેઓ વ્યવસાયે એક પત્રકાર હતા અને મારી માતા શ્રીમતી શોભા દેસાઈના આશીર્વાદ તેમજ પ્રોત્સાહિત કરનારા મારા પરિવાર તથા કુટુંબીજનો, જેમના વગર મીઠો ઓડકાર અધુરો રહ્યો હોત.

આ ઉપરાંત મારે માટે, મારા કાવ્યો માટે સારા સારા શબ્દો અંકિત કરનાર પ્રખ્યાત અને લોકલાડીલા નાટ્ય કલાકાર શ્રી. સનતભાઈ વ્યાસ, જેમની ઓળખ આપવાની જરૂર હોવી જ ન જોઈએ, તેમજ શ્રી સંદીપભાઈ ભાટિયા, જેઓ પોતે એક ઉંચા દરજજાના ખ્યાતનામ કવિ છે, એ બન્નેનો હું ખુબ ખુબ આભારી છું.

આશા છે આપ સૌને મારો આ પ્રયાસ સંતોષી શકશે.

23/01/2022

એશાંત

દર્શન

એશાંત

રાત્રિનો છેલ્લો પ્રહર

શુદ્ધ મન, ધ્યાનલીન

અસ્તિત્વથી ખૂબ દૂર

વાત એક એકાંતની

નિઃસ્તબ્ધ આરણ્ય

શિથિલ પર્વતો

ખળખળ વહે મૃદુ ઝરણું

વાત એક એકાંતની

આળસ મરડે સૂરજ

ગગને વાત વહી

લહેરખી કહી ગઈ બાગને

વાત એક એકાંતની

પ્રભુનો શણગાર મંદિરિયે

ગુંજે ઘેરો ૐકાર

લહેરાય ધજા હળવેથી ગુંબજે

વાત એક એકાંતની

શિશુનું વ્હેલી પરોઢનું પયપાન

નિદ્રાધીન માતાનું સ્મિતમય વ્હાલ

લાગણીમાં તરબોળ સંતોષ

વાત એક એકાંતની

શમણાંની બગીમાં ઈચ્છાઓની સફર

હાંકે મન નીરવ નીરવ

પડખાના હલેસાં નીંદર દરિયે

વાત એક એકાંતની

માનસી
દર્શન

માનસી

કવિતા, મ્હારી માનસી

મનસ્વિની ને ચંચળ

ન કોઈ સીમા કે કોઈ બંધન

કદી લહેરાય સમીર સંગ

કદી વાદળી પર સવાર

ઝાલી આંગળી ઉષાની

ક્ષિતિજ લગી લંબાય

તો સંધ્યા સંગ સહેલગાહે

ચાંદની ઘેર જાય

કરે શમણાં પર સવારી

ધડકનને તાલે ગીત ગાય

મરજીની એ માલિક

ખીલીને ફૂલ થાય

તો ક્યારેક શરમાય

ક્યારે આવે ને ક્યારે જાય

એને શું રે કહેવાય

મૌન વાતો

દર્શન

મૌન વાતો

ખૂબ વાતો કરવી છે તારી સાથે

એકાંતે, સ્પર્શની અનુભૂતિ સહ

તારા શ્વાસ સાંભળતા સાંભળતા

    ખૂબ વાતો કરવી છે તારી સાથે

મ્હારે ખભે ઢળેલું તારું મસ્તિષ્ક

આછા પ્રસ્વેદ બિંદુઓ

હળવેથી લૂછીને

તારું કપાળ ચૂમતા ચૂમતા

    ખૂબ વાતો કરવી છે તારી સાથે

ફર ફર ઉડીને આવતી તારી લટ

મ્હારી અંગુલીઓ સાથે

રમ્યા કરે છે ક્યારની

તારી ઝુલ્ફોની મ્હેંક માણતા માણતા

    ખૂબ વાતો કરવી છે તારી સાથે

નીરખુ તારા અધબિડેલ નયનો

નિહાળું તારા હોઠોનું કંપન

તારું શિર પસવારતા પસવારતા

    ખૂબ વાતો કરવી છે તારી સાથે

અચાનક માથું ઊંચકી

તું પૂછે," શું" ને હુંય પૂછું "શું"

મૌન બોલી ઉઠ્યું જાણે

ખડખડાટ પછી હસતા હસતા

    ખૂબ વાતો કરવી છે તારી સાથે

બસ, આમ જ સ્પર્શીને

એકબીજાને સમજીને

એકમેકમાં પરોવાઈને

એકાંતે તદ્દન મૌન રહી

    ખૂબ ખૂબ વાતો કરવી છે તારી સાથે

शृंगार
दर्शन

શણગાર

ચાલ, તને હું શણગારું

તારી ખુલ્લી ઝુલ્ફોને જરા લહેરાવું

કપાળે શુભ બિંદી લગાવું

નયનોમાં પાતળી કાજળ આંજુ

નાક ઉપર વાળી પહેરાવું

કાનમાં લટકણિયાં ડોલાવું

લાલચટક હોઠો પર

આછી સી લાલી લગાવું

નીચલા હોઠને અડીને

એક કાળો તલ ઉપસાવું

લીસ્સા ગાલોને

ગુલાબી શેરડે મઢ

સુંદર પાતળી ડોક પર

મોતી મઢયો હાર ઝુલાવું

ઉરને આછા આવરણે ઢાંકી

નાભિથી નીચે

પાતળી કમરે વીંટાળું

હાથને કાંડે કંગણ પહેરાવું

હીરા જડિત વીંટી

એક આંગળીએ પહેરાવું

પગમાં રૂમઝૂમ પાયલ પહેરાવું

જઈને થોડો દૂર

તને સંપૂર્ણ નિહાળું, સંતોષ પામું

હું શિલ્પકાર

ચાલ, તને શણગારું

નજર
પર
નજર
દર્શન

નજર પર નજર

ફૂલ પર નજર
નજર પર પતંગિયું
માણે રસ, વિંઝતું પાંખ
આંખ તરબોળ

ડાળી પર નજર
નજર પર કોયલ
ટહુકે ગીત
મન તલ્લીન

વાદળ પર નજર
નજર પર ભીનાશ
વરસી ભીંજવે માટી
સરોવર પહેલી સુગંધનું

શિશુ પર નજર
નજર પર મલકાટ
ઓળખતું જાણે
પાછલો સંબંધ

હલેસાં પર નજર
નજર પર મોજાં
આવે અડીને જાય
જીવન રફતાર

ગાલ પર નજર
નજર પર ગુલાલ
ધૂળેટી રંગીત
મસ્ત મધુરી પ્રીત

અધબિડેલ નયનો
ઓષ્ઠાલિંગન
વિલિન અસ્તિત્વ
સ્વર્ગાંકાર
હિ.દે.

એક ગુલાબ
એક અંગૂઠી
એક ઘૂંટણે
એક વિનંતી.
ડિ.દે.

ધૂંધળી ભીનાશે
પગલે પગલે બંને
ઓઝલ થતાં ગયાં
પગલાં ભૂંસાતા ગયા
હિમાંશુ
દર્શન

નથી ઓળખાતી ભલે તું
ચહેરે મ્હોર્યાં ગુલાલમાં
ઘૂંટડો તો એક જ ભાંગનો
નશો ખરો
તું ભીંજાઈ રંગે રંગમાં

હિ.દે.

ઊભો મૌન
દરિયા કિનારે
દર્શન

ઊભો મૌન

ઊભો મૌન દરિયા કિનારે

નીરખું, જતું દૂર વહાણ

અલોપ થયું ત્યાં સુધી

ફરીને ઊભો છું ત્યારથી

ભલે બદલાતા પવન

ફેરવાય સઢ ને સુકાન

ગોળ છે પૃથ્વી, માની

મળશે ખરું મુજને, ફરી?!

સમયનો વિસામો
દર્શન

સમયનો વિસામો

આલ્હાદક શીતળ અંધકાર

મંદ મંદ વહે સમીર

થંભી ગયો ભલે સમય જાણે

જીંદગી આમ જ વહે તો કેવું

શમણાંઓની લાંબી વણઝ્રાર

ને મીઠી યાદોની કતાર

ગાઢ નીંદર મહીં

થંભી ગયો છે સમય જાણે

જીંદગી આમ જ વહે તો કેવું

પરોઢી ઝાકળિએ

સુગંધિત સુશોભિત ધરા

મલકાય પુષ્પો, નવજાત શિશુ સમા

થંભી ગયો છે સમય જાણે

જીંદગી આમ જ વહે તો કેવું

સ્વરમયી વાતો શિશુની

ને દાદા દાદી નું હુલામણ

સુહાગ રાત નું આલિંગન

અને અગણિત ધબકાર

વાર તિથિ કોઈ જ નહીં

અવિરત ચોમેર ઘંટનાદ

થંભી ગયો છે સમય જાણે

જીંદગી આમ જ વહે તો કેવું

નિર્ધારીત
દર્શન

નિર્ધારિત

તારું, મારી નજરોની સીમામાં હોવું

કુદરતનું મુજને એક નજરાણું હતું

ચાલી જતી હતી સડસડાટ સીધેસીધી

અચાનક જિંદગીનું આમ વળવું મજાનું હતું

કેવો છે આલ્હાદક કુદરતી ઘટનાક્રમ

તું આવી,જ્યારે ફાગને આવવાનું હતું

કરવા નહોતા વધુ રંગીન,

રતુંબડા ગાલને તારા

આ તો તને અડવાનું એક બહાનું હતું

મને તો છે વિધિ પર સંપૂર્ણ વિશ્વાસ

આ મિલન ક્યારે ને ક્યારેક તો થવાનું હતું

નવો ચીલો
દર્શન

નવો ચીલો

ધણ ઓળખે ડચકારો

ને ટોળું ઓળખે હાકલ

એક નવો ચીલો પાડવાની વાત છે

દીવો પ્રગટે, જ્યોત ન થરકે

વર્ષોથી સતાવતા વંટોળ સંગ

એક નવા સમભાવની વાત છે

જનમ ને રુદનનો અતૂટ નાતો

મોતના ડરથી ભયભીત માનવ

મધુરું સ્મિત નિમવાની વાત છે

સૂર્યોદય ટાણે અભાવ અજવાસનો

અને ચાંદનીનો ઉજાસ બારે માસ

એક નવા પ્રયોગની વાત છે

વાદળ વરસે તરબોળ સઘળું

સોડમ પ્રસરે વીજ સંગ

મ્હેક ફેલાવવાની વાત છે

દરખાસ્તો તો ઘણી છે નવરાશની

પહોંચાડી છે છેક સુધી

ઉપરવાળો માને તો કંઈ વાત છે

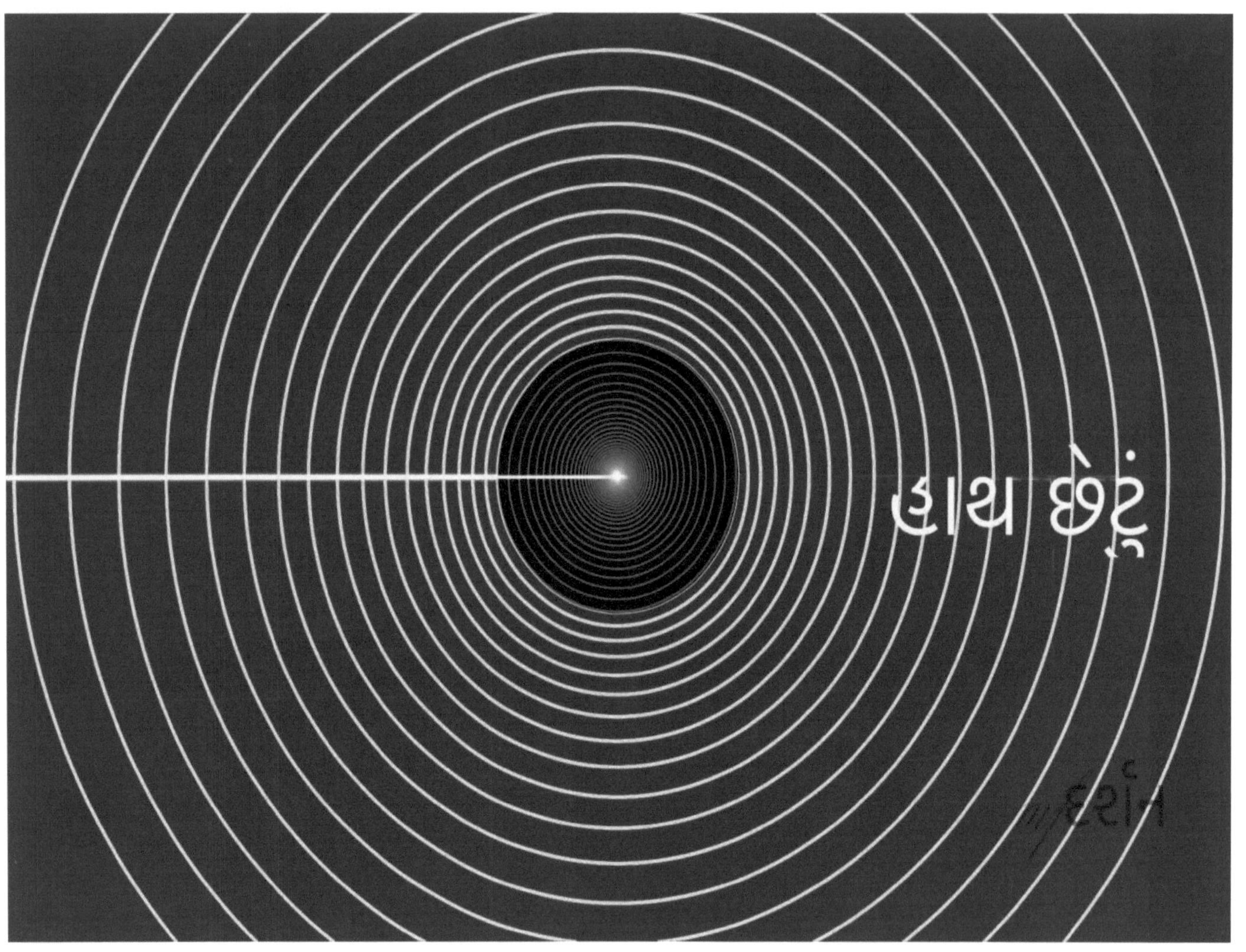
હાથ છેટું

હાથ છેટું

બાંધીને બેડલાની ડોકે દોરડું

લસરાવ્યું ગરગડીથી કૂવામાં

આવ્યો છેડો હાથે દોરડાનો

ને કૂવામાં અવાજ છબાક્

અડ્યું તો ખરું પાણીને બેડલું

રહ્યું એ તો ખાલીખમ

વ્યર્થ પ્રયત્નો બેડલામાં

પાણી ગુડગુડ થઈ સમાવવાના

લંબાઇ કાઢે ઊંડાઈનો વાંક

ઊંડાઈ કહે ટુંકી લંબાઇ

હાંફે બેડલું ને ગરગડી

કૂવે પડઘાં માત્ર છબાક્

મને ઈર્ષ્યા
દર્શન

મને ઈર્ષ્યા

મને ઈર્ષ્યા

તારા ભીના વાળમાંથી

ટપકતા ટીપાંની

લસરતા જાય ધીમે ધીમે

કપાળેથી

ગાલેથી

ગરદનેથી

અટક્યા વગર

વિચારું, કે

ટીપાં માં પણ

જીવ ખરો?!

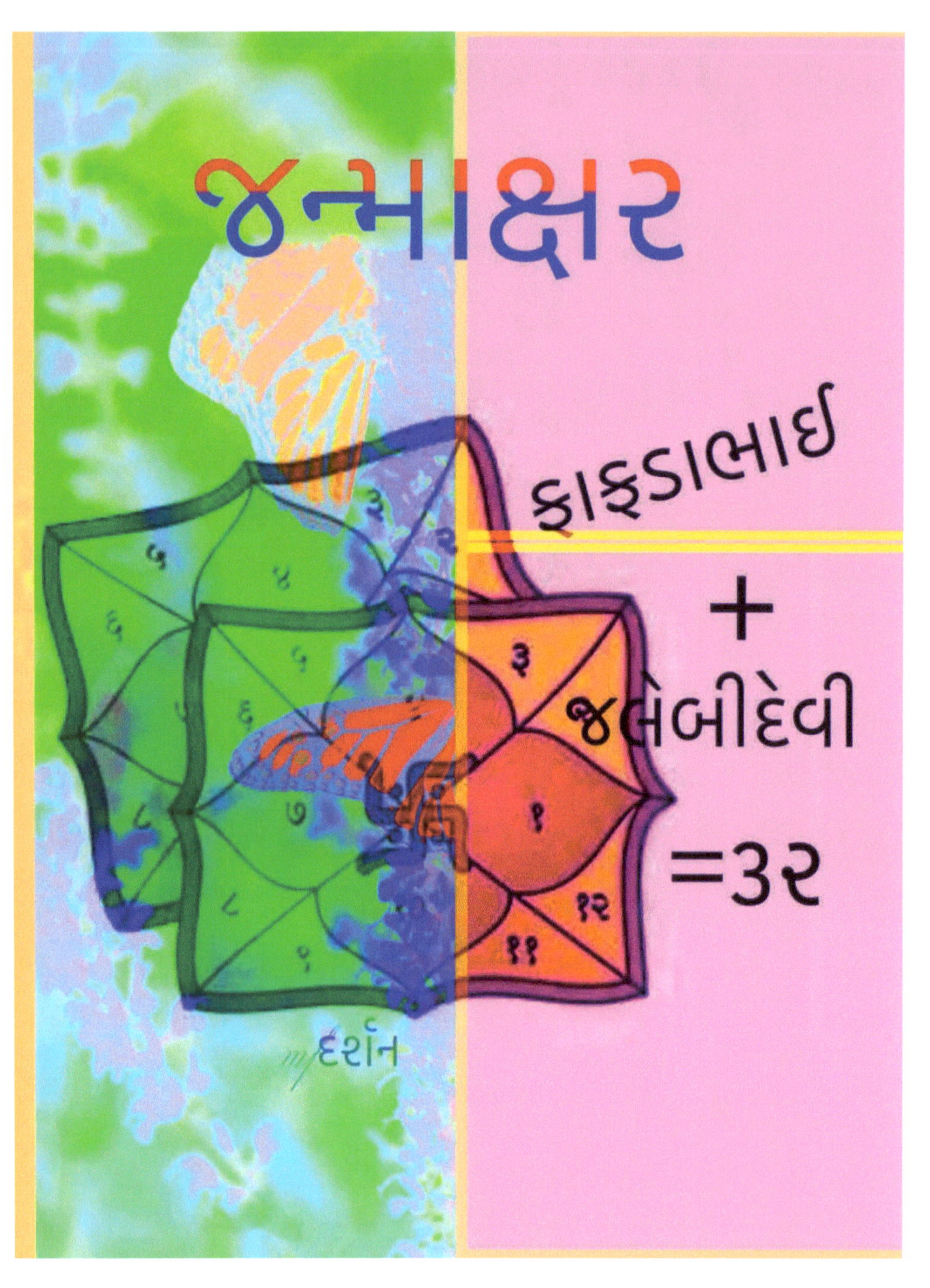

જન્માક્ષર
ફાફડાભાઇ
+
જલેબીદેવી
=૩૨
દર્શન

જન્માક્ષર

માંગુ નાખ્યું એક દિવસ

કંદોઈ એ દીકરી જલેબીનું

ફરસાણના દીકરા ફાફડા માટે

કોઈ જ ન્હોતો મેળ એમનો

કે એક લાંબો ને એક ગોળ

એકમાં ખારાશ ને એકમાં મીઠાશ

એકનું મિત્રગણ તીખાં મરચાં

ને એકની મધુર ચાસણી

દીકરો પિતાના ખૂબ દાબમાં

ને દીકરીની મીઠી માવજત ઘરમાં

બોલાવ્યા જ્યોતિષને

બતાવી કુંડલી બેઉની

ગ્રહો, નક્ષત્રો જોઈ વિગતવાર (ચાખીને)

બોલ્યા છેવટે જ્યોતિષ

છે આમ તો બંને

એકબીજાથી તદ્દન વિરુદ્ધ

પણ મળે છે ગુણ અનેકગણા

કરાવી દીધાં લગ્ન મહારાજે

જોડી છે આજે ય અકબંધ

જાય છે જ્યાં પણ

જાય હંમેશા સજોડે

આવકારે પ્રેમથી બંનેને, ને

કહે સૌ જોડી રહે સલામત

તું
આપે
એક
બહાનું?
દર્શન

તું આપે એક બહાનું?

સવારે ડાઇનિંગ ટેબલ પર
વધારાની ચ્હા તો એક બહાનું
છાપું ને ટી વી બંને આપે
દેશ વિદેશની ખબરો
"હા, વાચ્યું, હા,જોયું
હેં, ક્યારે શું વાત છે"
એવું ઘણું ઘણું ને કંઇક કંઇક
સાંજે બેસી હીંચકે
પત્તાની રમી તો એક બહાનું
" પેલું કામ બાકી રહી ગયું છે
એ, આનું શું કરશું,
વાંધો તો નહિ ને
છોડ, જોઈ લઈશું"
એવું ઘણું ઘણું ને કંઇક કંઇક
વાળું ટાણે છોકરાઓની સાથે
રાહ જોવાનું તો એક બહાનું
જોબ, પ્રમોશન, સ્ટ્રેસ, ટેન્શન
બદલાતી લાઇફ સ્ટાઇલ,
વિના કારણની ફિકર

ને આવતાં જ, "cool"!
એવું ઘણું ઘણું ને કંઇક કંઇક
રાત્રે ડબલ બેડ પર
મોડે સુધી જાગવાનું તો એક બહાનું
આ રહી ગયું, તે ન થયું
"આવું થોડું ચાલે?"
"બધું એકને જ માથે?"
"મારી જિંદગી આમ જ ગઈ"
પડખું ફરી જાગતા સૂઈ જવું
એવું ઘણું ઘણું ને કંઇક કંઇક
વચ્ચે ગોઠવાયો અહમ્ જ્યારથી
વધારાની ચ્હા
સાંજની રમી
વાળું ટાણે ની ફિકરો
ડબલ બેડના રિસામણા મનામણાં
બધું જ ખોવાઈ ગયું છે
બહાના વિનાની જિંદગી જ શું
ચાલ, સાથે મળીને
નવેસરથી શરૂઆત કરીએ એક બહાનાથી

ઢૂંકડું તારું રુપ
લાગે સૌ જોજન દૂર
આછું એક આવરણ
સંતાડે જ્યારે નૂર

દર્શન   હિમાંશુ

ટાઢી રાતે એકમેક સમીપે
વાત કરતા રહ્યા બંને,
ઠુંઠવાતા ઠુંઠવાતા,
મ્હોમાથી નીકળી
ધુમ્રસેર બે, ભેગી મળી
હવામાં ઓગળી ગઈ

હિમાંશુ

સંસાર ની ઊંચાઈ
પામવા
ઓળંગ્યો
ઉબરો એને
હિમાંશુ

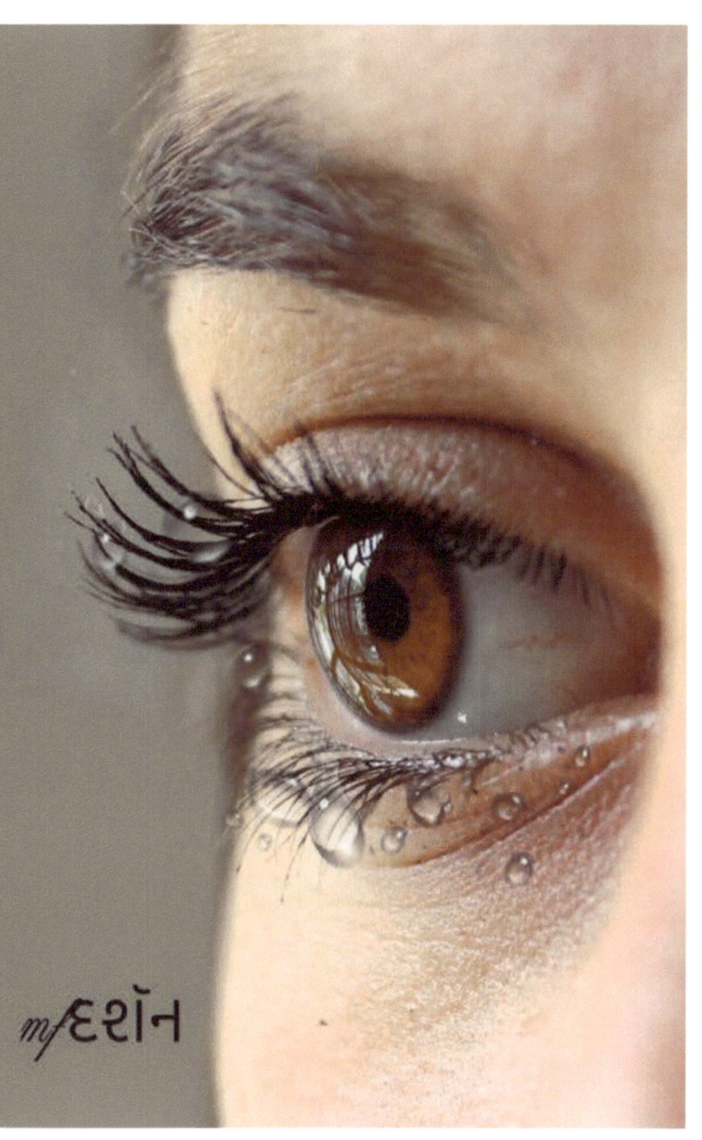

કરી કોઇ મશ્કરી, મેં
દડી પડ્યા આંસુડાં
કરી વળી રમૂજ કોઇ
એ હસી પડી રડતા રડતા
મઢાઇ ગયું છે દિલમાં
એનું હસવું ખડખડાટ
અને અટકી ગયેલા એક બે
અશ્રુબિંદુ એની પાંપણમાં

હિમાંશુ

તારી યાદ
દર્શન

તારી યાદ

સિતારના છેડ્યાં કોઈએ તાર

ને પછી દીધો આલાપ

ને તું મને યાદ આવી

આંખોએ સાંભળ્યું ખળખળતું પાણી

અદ્દલ તારું હસવું ખડખડાટ

ને તું મને ખૂબ યાદ આવી

ફેંકતા ઓશિકા મસ્તીમાં,

વાગતાં તને, થોડી આંખ ભીંજાઈ

લૂછી પાંપણ, હસાવી, ગાલે ચૂમી

ભીંજાઈ જરા મારી આંખ આજે

જ્યારે તું મને યાદ આવી

પળો બધી એ અલૌકિક સંગાથની

કંઈ કેટલાં સ્મિત અને હાસ્યો

કેટલી ય વારના ખભે ઢાળેલ માથાં

અને એ આત્મીય હૂંફ તથા સ્પર્શ

ભાસ્યો શૂન્યાવકાશ ને યાદ તું આવી

હસતી મલકાતી રહેતી સદા

ન ગુસ્સો ન રીસ કદી, પણ

એક જ વાર ઉદાસ થવું તારું

મળીને પૂછી ય ન શક્યો કારણ

જોયું એક પ્રશ્ન ચિહ્ન ને

તું અસહ્ય યાદ આવી

વર્ષો વીત્યાં, પથ્થર ગબડે પહાડથી જેમ

સમય વીત્યો નદીના પાણીને વેગે

ન શોધી શક્યો સપ્તર્ષિ અંધાર ગગને

ન શક્યું મળી પગેરું તારું સમીરને

ક્યાંકથી આવી એક લહેરખી સુગંધિત

તું આજે અનહદ યાદ આવી

11 12 13 14
1 2 3 4 5 6 7 8 9
Jun Jul Aug Sep Oct Nov Dec Jan Feb Mar Apr May
Sat Fri Thu Wed Tue Mon Sun
જિંદગી
દર્શન

જિંદગી

રોજ રાત્રે જિંદગી પૂછે મારી ઉંમર

રોજનીશીના પાના

કંઇક કોરા ને કંઇક ચીતરેલા

ફેરવું અન્યમનસ્ક

થઈ જાય છે પરોઢ, વિચારવામાં

ને કહું કે હજુ તો શરૂઆત થઈ

દિવસ વિતાવું ધબકાર ગણવામાં

ઉચ્છવાસો બાદ કરું શ્વાસોમાંથી

મેળ ન બેસે કોઈ હિસાબમાં

ગુણાકાર ભાગાકાર શાના કરવા

ખાઉં ગોથા આ અંકગણિતમાં

આગમન'ને વિદાય વચ્ચેનું માપ જીંદગી

અંતર મપાય એનું ઉંમરમાં

દર્શન
આવતા જ હશે

આવતા જ હશે

આંગળી ઝાલી એ લઈ આવ્યા ચાર રસ્તા સુધી

આવું છું કહીને ગયા એ ક્યારના, આવતાં જ હશે

દરેક ઠોકરે યાદ કર્યા એમને, કે યાદ કરતા હશે

લોકો પ્રેમ, જગમાં આ રીતે ય કરતા હશે?

દિલ મારું તો ધબકે જને દીધું છે ત્યાં

સ્ટેથોસ્કોપ છાતી પર રાખી

ડોક્ટર શું ગણતા હશે?

રહે દૂર તે મળ્યા સૌ ઘણા સમય બાદ

રાતના ઉજાગરા ને વાતોના વડા થતાં હશે

ઊડી ધૂળની ડમરી ને મ્હેકી મીઠી ધરા

નક્કી વરસાદના છાંટણા ક્યાંક થયા હશે

યાદોનો ઉભરો ને શમણાંનો ધસારો

પાળ તોડી લાગણીના પૂર ધસમસ્યા હશે

આછો આછો વરસાદ ને ઝીણો ઝીણો તડકો

મેઘધનુષ કંઇક બન્યા હશે

અનુભૂતિ
દર્શન

અનુભૂતિ

ફૂંક મારીને ઓલવ્યું અંધારું

ઠેબે ચઢયા'તા

શમણાં ના ફુગ્ગાઓ,'ને

નવરી નાઠી પળોના પૂળા

ખંખેર્યા એ બધા,'ને પછી

ભેગા બેસાડી પોતીકા વિચારો

પ્રગટાવ્યો દીપ ઝળહળ

સોંપ્યા, વળી, દરેકને

કરવાના બહુધણા કામ

ફૂંકીને રણશિંગુ, હઠાવ્યું ધુમ્મસ

તો બાકોરામાંથી ડોકાયો સૂરજ

'ને આવ્યું લહેરાતું

એક મોરપંખ રંગીન

લૂછે હળવે હાથે

મલકાતા મલકાતા

પાંપણો પર જામેલી ભીનાશ

હવે ઓળખાયો, ખરે

વહેતો રહેતો સમય

હસતો રહેતો સમય

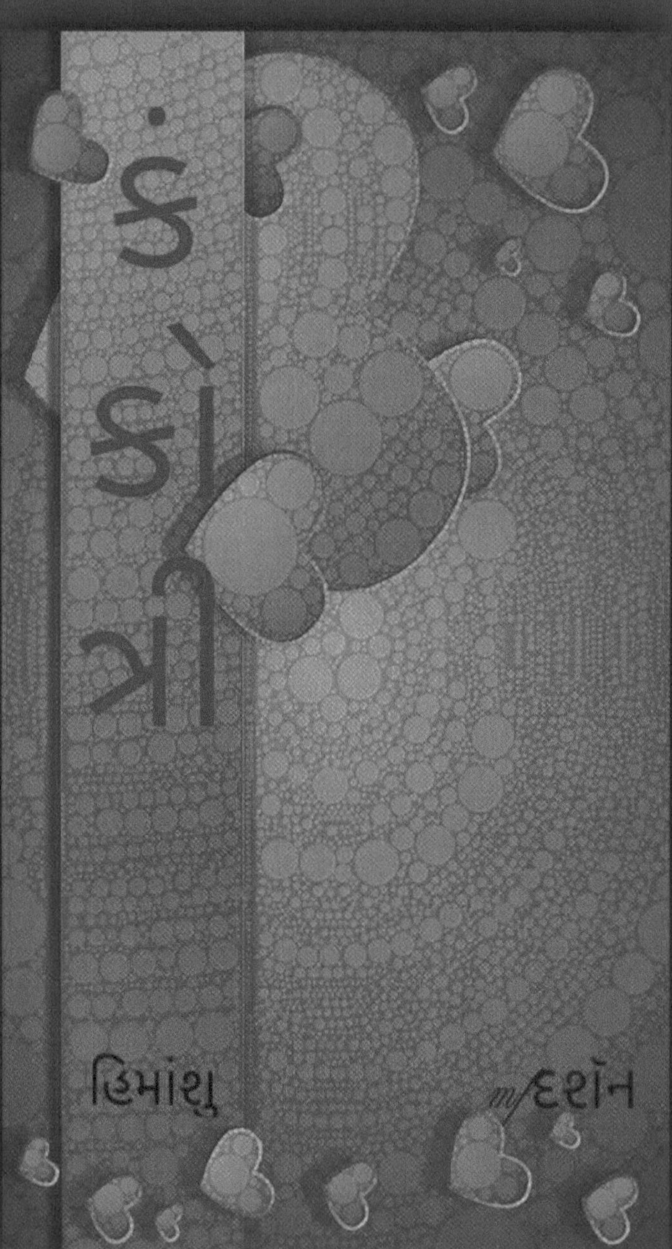
ફ્રેન્ડ્શીપ
હિમાંશુ દર્શન

કંકોત્રી

ઉંમરને આંકડે

મેં લખી કંકોત્રી

"પરમકૃપાળુ પ્રાણવાયુની

અસીમ કૃપાથી

મનનના સુપુત્ર

ચિંતકના

શુભવિવાહ

હાર્દની સુપુત્રી

ઊર્મિ સાથે

નિર્ધાર્યા છે

ઋણાનુબંધીત દરેકને

સહકુટુંબ

પધારવા વિનંતી છે

રૂહશાંતિ, ઉમંગોત્સાહ,

પ્રીત મિલાપી થનગનાટ

જેવી વિધિઓ છે

આ પ્રસંગે યોજેલ

આપ્તજન આત્મીયતા માં

સહભાગી થશો."

તાજા કલમ ....

ચાંલ્લો

સ્મિત પરબીડિયામાં

છલોછલ સ્વીકારાશે પ્રેમભાવ

વ્ય
થા
દર્શન

વ્યથા

ખૂણે ખૂણે જોઈ લીધું ઘરને

કંઈ રહી જતું તો નથી ને?!

સાફસૂફી તો કાલે અજવાળે

કીમતી આડું તેડું પડ્યું તો નથી ને?!

કબાટો જોઈ લીધા ખેંચીને

ભૂલથી મૂક્યું ખુલ્લું તો નથી ને?!

આલ્બમ ફોટાનું લીધું ચકાસી

ફોટા આડા અવળા થયાં તો નથી ને?!

સૂતાં સૌ ઘસઘસાટ થાકીને

ઓઢ્યા વિના કોઈ રહ્યું તો નથી ને?!

ખાત્રી કરી બધી પહોંચ્યો સ્વસ્થાને

જોઈ લીધું ફ્રેમ પડી તો નથી ને?!

જોયા કરું છું બાર દિવસથી

કાલે કરવડો, જીવ રહ્યો તો નથી ને?!

ઉતાવળ ન કરતા, પ્રભુ!
દર્શન

ઉતાવળ શું છે, પ્રભુ?

દૂરનું દેખાય છે ને કાગળ વંચાય છે
કોણ કે' કેમ છો ને કોણ સંતાય છે
આ હંધુ ય હમજાય છે, તો ચમ દા
પાડાને હંકારી દોડી ના આવતા
મીઠું અને તીખું પણ ખવાય છે
રાતે નિરાંતે ઊંઘાય છે ને
સપના મીઠાં જોવાય છે,તો ચમ દા
પાડાને હંકારી દોડી ના આવતા
નીત બગીચે ચાલવા જવાય છે
કોઈને દેખી ઝડપ પણ વધારાય છે
ચલાય છે, દોડાય છે, તો ચમ દા
પાડાને હંકારી દોડી ના આવતા
પડોશણ હજુ જોઈને શરમાય છે

પગથિયાં બે ચઢાય છે, ક્યારેક
ગડથોલીયું ખવાય છે, પણ ચમ દા
પાડાને હંકારી દોડી ના આવતા
કુટુંબી માળે કિલકિલાટ થાય છે
દોસ્તો સંગ મેહફીલ થાય છે
જીંદગી તો સુખરૂપ જિવાય છે, તો ચમ દા
પાડાને હંકારી દોડી ના આવતા
કંઇક ઈચ્છાઓ કદાચ અધૂરી
ઘણું ઘણું મનમાં થાય છે,પણ
જાણું, બધું ક્યાં સંતોષાય છે
પણ હે ચમ દા, ઉતાવળ કરી
પાડાને હંકારી દોડી ના આવતા.

એક
ખીલતી
મૌસમ

દર્શન

એક ખીલતી મોસમ

સપ્તપદી અભ્યાસક્રમ શુક્લજીનો

એ ગોખેલું બોલે, ને બે જણ ગોળ ફરે

સાત વચનો બધા ફોટામાં કેદ

ફોટા જોઈ સૌ હરખાય

વચનો જરા ય ન સંભળાય

ને કદીયે ન સંભારાય

કુંડલી મળી ને જોડાં થયાં

મળેલાં ગુણ સૌ ઓગળી ગયા

પ્રેમ, ભોગ, ધીરજ, સમજણ

બાર ખાનાની બહાર જ રહ્યા

વીત્યાં એ ઢગલા વર્ષો

જીવન સંધ્યાએ રહ્યા ગણતરીના

ભેંકાર ભૂતાવળ ભમે

વાવીએ સપ્તપદીનું એક પદ

છુપાયું જે પેલા ફોટામાં

ઉઠશે ખીલી સાતે ય કળી

ને મહેકી ઉઠશે આંગણ

હસતા રહેશે સૌ ફોટાં, ને

રહેશે સપ્તપદી ગુંજતી એમાં

તેજ કિરણ
દર્શન

તાજું કિરણ

પવન સંગ રમવામાં વ્યસ્ત

પાંદડાઓ વચ્ચેથી રસ્તો કાઢી

ડોકિયું કરે એક સૂર્ય કિરણ

અને કહે કે કેમ છો

કહું મેં કે ઘડી બેસ પાસે

તો કહે લઉં મળી મળાય જેટલાં ને

ને પછી સાથે થઇ જાઉં

બીજાં કિરણો ભેળું

છંટકાવ બાકી છે ઉજાસનો બધે

આવી ગયું જરાક વાર

દઈ ગયું પક્ષીઓનો કલરવ

ફૂલો પર ઝાકળ

સ્મીતમય હળવી લ્હેરખી

મંદિરે ઘંટડી નો સુગંધિત રણકાર

આરતીની આશ્કા સંગ

વરસે આશિષ અનંત

નવો દિન, નવી શરૂઆત

તાજું તાજું સર્વત્ર

કહું બૂમ પાડી કિરણને

કાલે આવજે ફરી

એવું તો નથી ને
દર્શન

એવું તો નથી ને

ધોધમાર વરસાદમાં
છતી છત્રીએ પલળતાં પલળતાં
અંતાક્ષરી રમવાનું
તમને યાદ નથી એવું તો નથી ને?
શમણામાંની વાતો કહેવા
સવારથી, સાંજની રાહ જોવાનું
તમને યાદ નથી એવું તો નથી ને?
ગુલમહોરના વૃક્ષ નીચે બગીચામાં
મારું અડવું ને તમારું સહેમીને કાંપવું
તમને યાદ નથી એવું તો નથી ને?
કોણ કરે પહેલ એ દ્વિધામાં

તમે દઈ દીધું ચુંબન બોલી
"ડરવું શું દુનિયાથી"
તમને યાદ નથી એવું તો નથી ને
એક ઝાંખે અજવાળે
વિદાય પહેલાંનું ગાઢ આલિંગન
ન થતું મન છૂટવાનું
તમને યાદ નથી એવું તો નથી ને?
અગણિત પળો આવી
ધરબાઈ છે મનમાં
દીધું છે વચન જુદા ન થવાનું
તમને યાદ નથી એવું તો નથી ને?

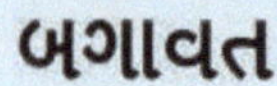

બગાવત

દેખી, લહેરાતા વાયરા સંગ
ડોલતા લળી લળી
ને ઝુમતા વૃક્ષોના પાન
એના આગમને
વિચારે એક પાન,
ઝૂલે સૌ ખુશી ખુશી, ખરે?
કે રહી મજબૂરી કોઇ
કે ન કરવા નારાજ વાયરાને
ડોલે એકબીજાને જોઇ
" ચાલ, જોઉં, શું થાય ન હાલું તો"

હિમાંશુ

એક મોટી હથેળીમાં એક નાની
મૃદુ હથેળી
બે મોટા પગલાં સંગ પા પા પગલી
ન પડવાનો ડર, ન ખોવાઇ
જવાનો
મજબૂત કાંધે કે પછી અધ્ધર
હવામાં
દુનિયાની શ્રેષ્ઠ ખિલખિલાટ મોજ
થાકે નહિ, કરાવતા વારંવાર
"પાવ લે પાવ, ખીચડી ખાવ....."
સમજુ થયેલ મન જાણી શકે નહિ
સુતેલી ઝુલ્ફોમાં કેટલીવાર ફર્યા
એ હાથ
એક ઉંહકારો કાફી, વ્યાકુળતા ની
પરિસીમાનો
જીવતા ન્યોચ્છાવર જગ સારુ
અનુપસ્થિતિમાં અસહાય મનડંખ
આભારવશ પ્રભુને, એ મોકો
મળ્યો

હિમાંશુ

happy father's day

દર્શન

ધીરે ધીરે
દર્શન

ધીરે ધીરે

તારી આંખોના છૂટ્યાં 'તા તીર

ધીરે ધીરે, ધીરે ધીરે

ઘાયલ કરતા ગયા મને તીર

ધીરે ધીરે, ધીરે ધીરે

ધીરે ધીરે નજરો મળી

ધીરે ધીરે મરક્યા 'તા હોંઠ

ધીરે ધીરે દિલડાં દીધા

ધીરે ધીરે પ્રીત થઈ

ધીરે ધીરે......

ધીરે ધીરે વાયા સમીર

ધીરે ધીરે ઉઠ્યો વંટોળ

ધીરે ધીરે વાદળ ઊમટ્યાં

ધીરે ધીરે વરસ્યાં રે નીર

ધીરે ધીરે ભીંજાયા મન

ધીરે ધીરે કાંપે શરીર

ધીરે ધીરે....

ધીરે ધીરે વાતો વધી

ધીરે ધીરે હસતા રહ્યા

ધીરે ધીરે દોડ્યા અમે

ધીરે ધીરે થાક્યા અમે

ધીરે ધીરે મળ્યાં ઘણું

ધીરે ધીરે સમાઈ ગયા

તારી આંખોના......ધીરે ધીરે .

ઊથલ
પાથલ
m/ દર્શન

ઉથલપાથલ

લાગણીઓ બધી ઘરમાં
ઘણે વખતે ભેગી થઈ
સલાહ, સૂચનો, ટીકા, ટિપ્પણીઓ
જે છૂટક વહેતાં તે સૌ
જથ્થાબંધ જમા થયાં
પાછલાં અમુક પ્રસંગો
જે સુસ્ત પડ્યા હતાં
મનને ખૂણે
તે ઉપસી આવ્યા
ચૂકી જવાયેલી ઘડીઓ
સચવાયેલી ને હડસેલી
જીભ ઉપર લસરી આવી

ગમા અણગમા, ટેવ કુટેવ
આ બધાના હિસાબ મંડાયા
અટકી ગયેલા ગુસ્સા ડોકાયા
લાલ વાવટો ધરી આંખને ખૂણે
વાંકા મોઢા ને છણકા થયાં
આલ્બમ ના પાછલાં પાના
સાફ થવાના રહી ગયાં
ભેગા મળ્યાનો અમૂલ્ય આનંદ
આમાં ન ડહોળાય એટલે
અમુક લાગણીઓને વીણી વીણી
મેં ભંડાકીએ પૂરી દીધી
અજ્ઞાત ડરથી, ક્યારેક ભયભીત

અધૂરી અધૂરી
દર્શન

અધુરી અધુરી

નથી કોઈ ખરતો તારો દીઠો

ન કોઈ પાંપણ મુઠ્ઠીએ મૂકી

તેથી જ રહી હશે ઈચ્છાઓ અધૂરી

નથી કોઈ મંદિરે પગ મૂક્યો

નથી મેં ઘંટડી વગાડી

તેથી જ રહી હશે પ્રાર્થનાઓ અધૂરી

નથી કોઈ હક્ક ક્યાંક જમાવ્યો

નથી કોઈ આંખ ભીની કીધી

તેથી જ રહી હશે અસ્ક્યામત અધૂરી

નથી કોઈ સંબંધો માં તોડ્યા

ને બધી દોસ્તી નિભાવી

તેથી જ રહી હશે મહ્ફલી અધૂરી

નથી કોઈ પ્રલોભને લોભાયો

નથી કોઈ સાહબી ઈચ્છી

તેથી જ રહી હશે મારી તિજોરી અધૂરી

નથી કોઈને દગો ક્યારે ય દીધો

નથી કોઈને વશમાં જરીએ કીધી

તેથી જ રહી હશે આ જિંદગી અધૂરી

છેક જ એવું નથી
દર્શન

છેક જ એવું નથી

છેક જ એવું નથી કે તને મળવું નથી

રસ્તો તારા સુધીનો લાંબો લાગે છે

મળ્યાં કંઇક લોકો સફરમાં

માણી હળીને પળો ય ઘણી

છેક જ એવું નથી કે ભળવું નથી

આત્મીયતાની મીઠાશ સ્હેજ ઓછી લાગે છે

જામી છે વર્ષા ઋતુ માતબર

ઘેરાયું છે આકાશ કાળું ડીબાંગ

છેક જ એવું નથી કે વરસવું નથી મુશળધાર

વાદળોએ પહોંચવું છે,જ્યાં ધરા સૂકી લાગે છે

ટેવ પડી છે તે વંદ્ય મૂર્તિને

કહે જાણે એ, જોઈ લે કર્મોના જમા ઉધાર

છેક જ એવું નથી કે નમવું નથી

કર્મોનું અંકગણિત સમજવા સમજણ ઓછી લાગે છે

રહ્યો શોખીન અને માણ્યા

પાસા અનેક જીવનના

સંબંધોના અને પ્રસંગોના

છેક જ એવું નથી કે હવે ઇચ્છા નથી

સંતૃપ્ત મનને હવે થાક લાગે છે

માન્યું કે રસ્તો તારા સુધીનો લાંબો હશે કદાય

થાક્યો છું સરનામું તારું શોધીને

છેક જ એવું નથી કે તું દોડી આવી ન શકે

મળવાની ઇચ્છા તારી ઓછી લાગે છે

આ
નોરતે
સોંપો
દર્શન

નોરતા સુમસામ

માડી જઈને વસ્યા છો કયે દેશ

આ નોરતે તો સોપો પડ્યો

નથી રાસ રમ્યા કે ઘૂમ્યા ગરબે

આ નોરતે તો અહી સોપો પડ્યો

રસ્તા સુના ને થઈ શેરીઓ સુની

થાક્યાં થનગનાટ તારી વાટ જોઈ

નથી મંડપ બન્યા કે નથી દિવડા પ્રગટ્યા

આ નોરતે તો અહી સોપો પડ્યો

પુષ્પો ને ફળના તો ઢગલા પડ્યા

આરતીની થાળીઓ તો એમ જ રહી

ન તો સ્તુતિ થઈ કે થઇ વંદના તારી

આ નોરતે તો અહી સોપો પડ્યો

ઢોલ ને શરણાયું બેસૂરા પડ્યા

સુર અને તાલ પણ વેરણ થયાં

રંગબેરંગી ઉત્સાહ ઝાંખા થયાં

આ નોરતે તો અહી સોપો પડ્યો

માડી જઈને વસ્યા છો કયે દેશ

આ નોરતે તો સોપો પડ્યો

રમત
mf Darshan

રમત

વ્હેલી સવારે જિંદગી રમતે ચઢી

આકાશે પહોંચી ક્ષણમાં ઉડી

વિખેરી નાખ્યા વાદળો

જે રોકતા આંશિક,સૂર્યકિરણ

આળોટી મખમલી ગગનને ભૂરે ખોળે

સમીરની નિસરણી એ લસરી

દૂર પર્વતો પરથી સરકી

ઊંચા વૃક્ષ પર હંફેલી બેઠી

ઝૂલા ઝૂલી ડાળીઓ સંગ

ઉડતી ઉડતી આવી

સમાવી લઈ બંધ નયનોમાં

મેં પૂછ્યું એને, કેવું લાગ્યું?!

?
? ? તું જ પૂછે ?
?
 દર્શન

તું જ પૂછે?

તે જીદ કરી ને હું હસ્યો ખડખડાટ

હવે તું જ પૂછે તમારા દાંત ક્યાં?

તું મારી અન્નપૂર્ણા જે દીધું એ ખાધું

નથી ખબર કેટલાં રહ્યાં ને કેટલાં ગયાં

તું બોલાવે, દોડી આવું, અફળાઉં

તું જ પૂછે ફરી, ચશ્મા ક્યાં

તારી જ નજરે જગ જોયું

તારા ટેકે ચાલ્યો તું લઈ ગઈ જ્યાં

તું દૂરથી, ખૂબ ધીમેથી બોલે

ન સાંભળું તો કહે, ખોવાયા ક્યાં

બંધ કે ખુલ્લી આંખે તું જ સામે

તારામાં જ તલ્લીન, બીજે ક્યાં

જીવન પંથે સંગ હંમેશાં

ન ગણકાર્યા કંકડ, કાંટા

હાથ એકમેકના મજબૂત ઝાલી

સહિયારા શ્વાસોને તાલે ચાલ્યાં

બસ ચાલ્યાં, ખૂબ ચાલ્યાં

વિશ્વાસ

દર્શન

વિશ્વાસ

યાદ કરવાની ક્યાં વાત જ છે
હું જરા ય તને ભૂલ્યો જ નથી
નજીક આવવાનો સવાલ ક્યાં
દૂર તારાથી હું ગયો જ નથી
જગતના કોલાહલમાં મેં
સાંભળ્યા છે ધબકાર માત્ર ત્હારા
કાન માંડવાની ક્યાં વાત છે
બધિર તો હું થયો જ નથી
રૂપ અને સ્વરૂપ તારું
અકબંધ છે આંખોમાં
ઓઝલ તો કદી થયું જ નથી
લખાયું જે છે નસીબમાં
ફેરફાર તો કોઈ શક્ય નથી
ડાહપણ, મળ્યું માણવામાં જ

અંત કાજે અધીરો થયો જ નથી
દરેક વખતે વાત આવે સામે કર્મોની
પેટીમાં પૈસા નાખી જવાબ જડતા નથી
ક્યાં છે એની પાસે પણ હિસાબ
મંદિરે તેથી હું ફરકતો નથી
સાચવી રાખ્યું છે, છતાં ય
સ્મિત, સદૈવનું એનું, મનમાં
વિશ્વાસની લાકડીને ટેકે એના
બંધ કે ખુલ્લી આંખે જરા ય ડરતો નથી
ઈચ્છાઓ તો કોઈ ફળે ન ફળે
બહુ ભેગી થવા દેતો નથી
કેટલાં ખર્યાં તારાં ને ખરી કેટલી પાંપણો
એવી ગણતરી હું કરતો નથી

ત્રિપુટી

દર્શન

ત્રિપુટી

ત્રિપુટી અતૂટ હું, પ્રતિબિંબ ને છાયો

એક બોલે જોખીને, બીજો આખાબોલો

ને મિંઢો સાવ ત્રીજો

ચલણ આમ તો મારું ખરું

કહું મારું માને ય ખરા

કરે પણ હું જે કહું તેમ જ

ભડભડીયો પ્રતિબિંબ

બોલી દે જે હોય મનમાં એના,

છાયો વિપરીત તદ્દન એથી

રહી ચૂપચાપ અનુસર્યા કરે

સંમત હંમેશા બંને મારા વિચારોથી

નિશ્ચિત હું કે સાથે મારી બંને હંમેશા

જતાં રહે મુજથી દૂર સૌ, ભલે

સાથ રહેશે અમારો અંત સુધી

જીવાદોરી
દર્શન

જીવાદોરી

સંબંધોની દોરીએ ઝૂલે અસંખ્ય પળો

ને પળોના ઝૂમખે કૈંક ચહેરાઓ મોતી સમા

એ ઝૂલણીઆ રણકાર થકી

મ્હારા હૃદય ના ધબકાર

આનંદિત હું માણતો

ગયો દોરીના છેડા સુધી

ધ્યાન ગયું ને કળાયું અચાનક

દોરી તો વળગી છે આંગલીએ મ્હારી

ને ડોલે આંગલી મ્હારી

મ્હારા ધબકાર ને તાલે

ઝૂલે જીવંત તેથીજ તો

એ દોરીના ઝુમખા અને મોતી

છોડતાં જ આંગળીએથી દોરી

જડ સૌ ઝુમખા ને મોતી

લટકાવી રાખી છે ખીંટીએ સાચવીને મેં દોરી

થશે જીવંત સ્મિત વસંત

ઝૂમખે ઝૂમખે, ક્યારેક

એ વિચારી

સેલ્ફી
દર્શન

સેલ્ફી

હસતી મલકાતી હંમેશ
દુનિયા ભૂલીને મસ્ત
પાણી, ડુંગર, ખેતર, જંગલ
બધે ઘૂમતી ફરતી
પ્રેમ રંગીત કુદરતી આવરણ
સેલ્ફી
જિભડો કાઢતી
આંખ મિચકારતી
નાકનું ટેરવું ચઢાવતી
અવનવા ચાળાઓ કરતી
સૌની માનીતી
સેલ્ફી
આજ ખોવાઈ ક્યાં
ફંફોસ્યા में મ્હારા
અતરંગી વિચારો

સંતાપો, ગુસ્સાઓ
અહમની વિવશતાઓ
સુકાયેલા અશ્રુઓની ખારાશ
હારની નાલેશી
જિતના શમણાંઓ
અહીં તહીં ની ખેંચતાણ
વગેરે વગેરે કંઇક
હાર્દિક ભંડાકીએથી
આવ્યો મૃદુ સાદ
" શું શોધો છો"
ઓળખી ગયો હું તરત
સંતાઈને નિહાળતી હતી
ક્યારની, લુચ્ચી
સેલ્ફી

ધર્મ
ષષ્ઠી પૂર્તિ
દર્શન

ષષ્ટિપૂર્તિ

મ્હારી ષષ્ટિપૂર્તિએ

મેં લગ્ન કરી લીધાં મ્હારી

ઉંમર સાથે

વર્ષોથી સંગાથે એ મ્હારી પણ

દુર્લક્ષ એના તરફ આજ સુધી

શ્વાસોચ્છવાસ નાં સથવારે

માનતો રહ્યો હંમેશા

"મ્હારી ક્યાં થઇ છે હજુ "

રંગરંગીલી જુવાની બોલી જયારે

"ચાલો રજા લઉં "

ત્યારે નજર ગઇ એની તરફ

એના વિના તો અશક્ય જીવન

પહેરામણી નાં પ્રબળ વિરોધ છતાં

સાથે લઇ જ આવી

વિવિધ અણગમતી સોગાતો

ઇચ્છા નથી જરાયે

સૌ સાચવી રાખવાની

નક્કી કરી લીધું છે હવેથી

હરેક પગલાં એના જ તાલે

નીરખતો
દર્શન

નીરખતો

નીરખતો હતો ઝરમર વરસાદ

ને ભરાયેલું થોડું પાણી, બારીએથી

ફ્દયું અચાનક ધરબેલું

ભોળું બાળપણ, છબછબિયાં કરવા

જતો હતો કહેવા,

ને શૈશવને ટોકવા

રહી ગયા શબ્દો મ્હોંમાં

લૂંટતો રહ્યો મઝા, નીરખીને

તું
આવે?
દર્શન

તું આવે?

હળવેથી કોઈ કાનમાં કહી ગયું

"ચાલ આવે છે? "

મૂંઝવણ રંગીત જિંદગીની

ચાદર હેઠળ સાચવી રાખ્યો છે

ખજાનો........ હા, ખજાનો

ધબકારને ટકોરે ખરેલા

હું.. તું.. તમે.. મારું.. તમારું

હાસ્યો.. રુદન.. ધમંડ.. ઈર્ષ્યા

આ આ જ .. આમ જ..

આ નહિ.. તે નહિ..

ગમો અણગમો ને કૈંક ઘણું

વીંટાળી દીધા છે

બધી બાજુએથી

"હું "થી

કેમ કરી છોડી દઉં એજ મૂંઝવણ

ફરી કોઈ હળવેથી કહી ગયું કાનમાં

"ચાલ આવે છે? "

બિંબ પ્રતિબિંબ
દર્શન

બિંબ – પ્રતિબિંબ

દેખી ઓળો પોતીકો
બીધો હું ખૂબ
પૂછ્યું આઈનાને બિહામણો હું ખરે?
મળ્યો ઉત્તર સ્મિતમય
જીવ જરા બેઠો હેઠે
ચઢ્યો નશો વિચારોનો જીભને
લથડ્યાં શબ્દો ગળેથી
દિસ્યા ઉંહકારા પ્રતિભાવ
પૂછ્યું ફરી આઇનાને કર્કશ હું ખરે?
ફરી ઉત્તર સ્મિતમય
ને જીવ બેસે હેઠો
પગલાં હું પાડું જ્યાં
બીજા જાય વિખરાઈ

વિનવણી જોરથી હથેળીઓની
હથેળી કોઈ ન સમાઈ
પ્રશ્નાર્થ ફરી આઇનાને
ખામી ચલગત ચાલમાં ખરે?
ઉત્તર તો એ જ સ્મિતમય
પણ જીવ ન બેઠો હેઠે
બંધ આંખે પૂછ્યું દર્પણને
સ્મિત દૈવી પ્રકાશ્યું બધે
ખોલી આંખો કહું આઈનાને
નક્કામો તું, મુજને બતાવે હું જ
ફરી જઈ, દીઠો ઓળો
મ્હારો જ હતો, ન બીધો હું આ ફેરે

પ્રલય

પ્રલય

હું બારીની પાળ પર
જિંદગી તલવારની ધાર પર
ઉગમનું, આથમનું ગ્રિલમાંથી
ચોખંડી થઇ ગઇ છે પૃથ્વી
ને સીમિત થઇ ગયું છે જગત
ઓળખીતા ઓળખાતા નથી
રસ્તે જતાં કોઈ કરે છે ઊંચો હાથ
તો લાગે જાણે એમ કે
બાજુની બારીને કર્યો હશે
બાજુમાં પણ એવો જ વિચાર હશે
કોઈકનો ઓળખીતો આમ જ
નિરુત્તર પસાર થઇ જાય છે

વાહનોના ઘોંઘાટની જગ્યાએ
દોડે ધોળી સાઇરનોનો ડર ચોફેર
બારીમાંથી જ કંપાઉન્ડ નું અંતર માપી
નિ:સાસા સાથે બ્રીસ્ક વોક નો સંતોષ માનું છું
ડોર બેલ વાગતી નથી, ભૂલથી ય નહિ
બારીમાં બેસવાના,
ઘરમાં બધાના વારા રાખ્યા છે
બ્હારથી જોનારાઓને કદાચ
માનવ સંગ્રહાલય લાગતું હોય
વારો પતે એટલે ઉઠતી વખતે
આકાશ તરફ જોવાઈ જાય છે

મ્હારી યાદી

કૈલાસવાસી
શ્રી મહાદેવ ને
પહૉંચે

મ્હારી યાદી

હે પ્રભુ

જો નીકળે આણી કોર વિહરવા

તો લઈ જશે મારી યાદી?

ઈચ્છાઓ મારી લખાણમાં હશે તો

કોઈ રહી ન જાય

તારે ત્યાં ય ભૂલ થતી નહિ હોય?

મુજ નામ યાદીમાં નોંધવાનું રહી ગયું હોય

કે કાંઈજ મોકલ્યા વિના છેકાઈ ગયું હોય

ઉંમર તારી તો મારાથી અધિક ખરી

યાદશક્તિ આમતેમ નહિ થઈ હોય?

શીખ્યો છું નાનપણથી કે તું તો છે અંતર્યામી

ઘંટનાદ સાથે વહેતી અગણિત ઈચ્છાઓનો ભાર

તને નહિ જણાતો હોય?

હોય જો લિખિત યાદી

તો કાલે તું જ ન કહે

મેં કંઈ માગ્યું જ ન્હોતું

હું તો રહું સલામત!

થોડું આગળ પાછળ તો ચલાવી લઈશ

આ નવ વર્ષે એ જ પ્રાર્થના

મને ભૂલતો નહિ

અને હા, મારી ચિઠ્ઠી આડી અવળી કરતો નહિ.

મિથ્યા સંતોષ
દર્શન

મિથ્યા સંતોષ

નથી જોયો ચહેરો એનો વર્ષોથી

જોઉં વાટ એની, બેસી બારી પાસે

લાવે સમીર વાવડ એના આગમનના, એ આશે

મારગ કુદરતનો ઉગમણેથી આથમણેનો

અંધારે પાંપણો પર નિંદરનો પહેરો

તરત જ દેખાય એ ચહેરો

મલકાઈને હલકું, ફેરવાય પડખું

એક આશનો સંતોષ

ઈશ્વર
ખીંટીયે ખીંટીયે
ફેરવાય
બ્રહ્મા
વિષ્ણુ
શિવ
૧
૨
૩
૪
૫
૬
૭
૮
દર્શન

ઈશ્વર

ઈશ્વર ખીંટીએ ખીંટીએ ફેરવાય

દીવાલે દીવાલે સમય અટવાય

કર્મોથી ઊંચું વાસ્તુશાસ્ત્ર

મંદિરે ધજા એની ઈચ્છાએ જ લહેરાય

સ્વત્વ
દર્શન

સ્વત્વ

છેક સમી સાંજે કહું તમે
કે જાગ્યા ત્યાંથી સવાર
ક્ષિતિજે થાકેલા સૂર્યને
કેમ કરી કહું કે પાછો વળ
દરિયે ડૂબેલા અજવાળાને
કયા પાત્રથી ઊલેચું
દીવાલે ઘડિયાળના કાંટાને
તો હાથેથી ઊંધા ફેરવું
શમી ગયેલા ટકોરાઓને
કેમ કરી ફરી ગુંજવું
માંડ આંખેથી બહાર કાઢેલી

ધૂળની ડમરી ની રજકણ
ફરી આંખે ખૂપાવું?
શમણાં નવા ઊભા છે પ્રતીક્ષામાં
રાતોની રાતો જાગ્યો છું હું
તમારી સવારની રાહ જોવામાં
નવી સવાર તો
નીકળી ગઈ છે અહી પહોંચવા
અને હવે છેક સમી સાંજે
"જાગ્યા ત્યાંથી સવાર"?
મુબારક તમને તમારી સવાર
મને મારી સાંજ જીવવા દો

બારે મેઘ
દર્શન

બારે મેઘ

હેલીએ હેલીએ ચાલ,

ઝરમર ઝરમર પલળતા જઈએ,

હુંફાળા સ્નેહ મા થોડા ભળતા જઈએ,

એકબીજામાં ઓગળતા જઈએ

વાદળું તો હતું શરમાળ, કદાચ

ડરતા ડરતા જાણે કહું ધરાને

કરું છું પ્રેમ હું પણ તને

મ્હેકી ઊઠી ધરા જરીક વારમાં

ન ધાર મને તું શરમાળ

ન થાઉં હું તો કોઈ માવઠું

કે અહીં તહીંનું આપટું

તું ઝીલે ને હું વરસું અનરાધાર

હું તો છું બારે મેઘ ખાંગા

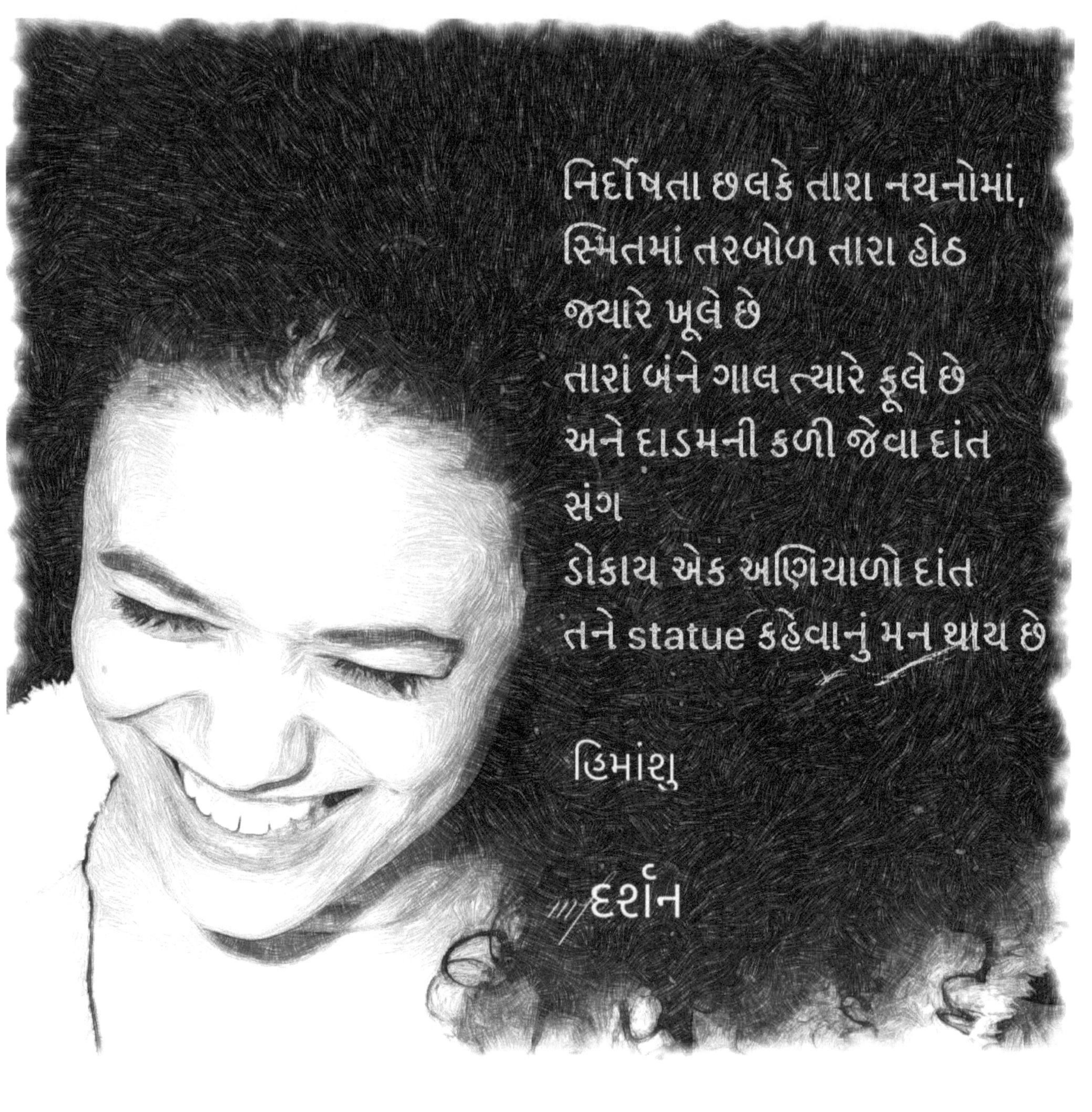

નિર્દોષતા છલકે તારા નયનોમાં,
સ્મિતમાં તરબોળ તારા હોઠ
જ્યારે ખૂલે છે
તારાં બંને ગાલ ત્યારે ફૂલે છે
અને દાડમની કળી જેવા દાંત
સંગ
ડોકાય એક અણિયાળો દાંત
તને statue કહેવાનું મન થાય છે

હિમાંશુ

દર્શન